YEAR OF THE HARE / NĂM CỦA THỎ

TERESA MEI CHUC

Year of the Hare / Năm Của Thỏ

Copyright © 2015 by Teresa Mei Chuc

All rights reserved. No part of this book may be reproduced or transmitted in any form or by any means without written permission of the author.

ISBN: 978-0-9907958-4-1

Library of Congress Control Number: 2015902479

Cover photo: Teresa Mei Chuc and her brother in Saigon, Vietnam in 1978.

Published by Shabda Press
Pasadena, CA 91107
www.shabdapress.com

Contents

Year of the Hare / Năm Của Thỏ 1

   A Fetus 2
   Cockroaches 4
   Hoang Lien Son Re-Education Camp 5
   The Boat 8
   Snapshots of Early Childhood 10
   My First Dinner with Baba 13
   An Ax Stuck in My Memory 14
   A Knife 16
   The Horse Stance 17
   Ants 19
   Parakeets 20
   Grandma 21
   Red 22
   Chicks 23
   Dripping 24
   Grandma's Sofa 25
   Trip to Saigon 26
   Baba 29
   Scars 30
   Bedtime Story 31

Năm Của Thỏ 33

Một Thai Nhi 34
Trại Cải Tạo Hoàng Liên Sơn 36
Thuyền Nhân 38
Những Bức Ảnh Của Tuổi Thơ.................. 40
Bữa Ăn Tối Đầu Tiên Với Ba Tôi 43
Một Cái Gì Mắc Kẹt Trong Trí Nhớ 44
Một Con Dao.................................. 46
"Chol Houng Hay".............................. 47
Kiến 49
Vẹt Đuôi Dài 50
Bà Ngoại...................................... 51
Màu Đỏ....................................... 52
Gà Con.. 53
Nhỏ Giọt...................................... 54
Xô-Pha Của Bà 55
Chuyến Trở Lại Sài Gòn 56
Vết Sẹo 58
Câu Chuyện Trước Khi Đi Ngủ................. 59

Poems Những bài thơ 61
   I took nothing 62
   Cầm cái hư không. 63
   Quan Âm on a Dragon. 64
   Phật Bà Quan Âm cưỡi rồng 65
   Cockroaches. 66
   Những Con Gián 67
   When I First Saw Daddy 68
   Khi tôi gặp ba lần đầu. 69
   Not Worth a Bullet. 70
   Không đáng một viên đạn. 72
   Moon Festival 74
   Tết Trung Thu 75
   Cam On. 76
   Cảm Ơn. 77
   In Praise of Emptiness 78
   Trong Sự Ngợi Ca Cái Không 79
   Names. 80
   Những cái tên 82
   accents 84
   Tiếng của mẹ 85

YEAR OF THE HARE / NĂM CỦA THỎ

A FETUS

It was 1975, the Year of the Hare, in Saigon, Vietnam. I was a fetus the size of a half-dollar in Mama's womb, gulping down amniotic fluid, stretching my limbs out into liquid-filled spaces as my heart beat its first beats. An umbilical cord attached to my belly wound its way to Mama's placenta, where the food she ate entered my body the way air enters a diver's body through a gas tank.

A few months later, I plumped out and she began to tilt forward with my weight as I turned and kicked the inside wall of her belly. She stroked the perimeter of her globe to feel my foot. The war was ending, the U.S. was retreating, and another war was beginning. Mama breathed in yellow as the sun made her dress stick to her skin and she tried not to notice the communist soldiers patrolling the streets. Military helicopters twirled in the sky. Her hand was holding my two-year-old brother's hand as she walked and wondered about our "baba" (papa), "He was supposed to report to the new regime for ten days, but where is he now? Dead or alive?"

The following year, Mama's body forced me out. For the next couple of months, she nourished me at her breasts and occasionally I drifted off to sleep while the warm milk flowed through my body. Soon Mama went to work selling soybean juice on the street in front of a hospital while "Por por" (Maternal Grandma) watched my brother and me. Por-por carried me on her back in a cloth pouch tied around her shoulders and waist and I bounced up and down, knocking out some of her teeth.

An aunt said to Mama, "Why don't you sell your baby? You don't have food to eat." My brother, not understanding that it was a sick joke, replied, "No, don't sell my sister! Look, there are lots of cockroaches for us to eat!"

COCKROACHES

The dark room was sparsely lit by a blue moon as I sat on the floor. I was a year old. Cockroaches scurried like mice along the walls. I was exploring the world with my senses. My fingers pressed against the dimensions of dirt on the floor, memorizing its texture. The air smelled wide and empty like the room. I squeezed a cockroach between my fingers. It popped. Hard on the outside and soft on the inside. My fingers were wet with its juices and wiggling body parts. My brother walked into the room and "eeeewwwwed" in disgust. It was an interesting world.

HOANG LIEN SON
RE-EDUCATION CAMP

Baba was a military captain in the ministry of law for the Republic of Vietnam. The Vietcong communists wanted to "re-educate" him.

On June 5, 1975, Baba reported to the Vietcong. Mama lost all contact with Baba for one year, then she was able to find out where they had taken him.

If Baba worked hard in the labor camp, every one or two years they let him read the letters Mama sent. Before he could read them, the letters were inspected by the Vietcong—they were not to be criticized in the letters.

Baba and about one thousand other prisoners worked in a forest in North Vietnam. They built a house for themselves with bamboo that they gathered in the forest. All the prisoners lived in this house and each one slept in a space about the length of his body. Every day, seven days a week, the prisoners dug holes, chopped bamboo and trees, built houses, and cooked for the Vietcong. In cold, windy weather, they walked barefoot up the mountains to find bamboo, trudging miles from mountain to mountain until their feet were bleeding and the soles were pink, red, and swollen, the exposed flesh scraping against rocks and branches. Due to the difficulty of finding the bamboo sticks, the weight of the sticks, and the weak, emaciated state of the prisoners, each one of them was usually only able to carry one bamboo back to camp each day.

They had no rest. Baba, like the other prisoners, wasn't given any meat or rice to eat. They gave him two meals a day, one in the afternoon and one at night. One meal would consist of fifty corn kernels, and Baba counted as he held each one between his thumb and index finger, slowly placing it on his tongue, savoring each bite. The meals alternated between corn kernels and small pieces of yucca root.

The prisoners were always hungry, always thinking about food, but after eating they felt even more hungry. At night, they chewed in their sleep and dreamt of eating.

One day, Baba fell down a mountain that was about three stories high because he was too tired and his feet collapsed under his own weight. He rolled down and lay there at the bottom like a sack of rice. His foot was injured and he couldn't walk. For a week, Baba wrapped his foot in heated lemon leaves and salt. He got better and continued to work.

If prisoners didn't follow the rules, they were forced to work more hours, deprived of food, beaten, tortured, put in isolation, or sentenced to death, depending on the seriousness of the offense. The Vietcong said to Baba and the other prisoners, "We don't need a bullet to kill you, 'cause you are not worth a bullet. We'll let you live like this to die day by day. You have to work for us, then you die."

Baba couldn't think about Mama, Brother, or me. If he did, he couldn't survive. He would break down. He would want to kill the people keeping him in prison or kill himself. He didn't think about anything at all. He told himself, "Don't feel, don't think, just survive."

Every couple of months, the prisoners were given weed to smoke.

When someone was put in re-education camp, there was no sentence; you could stay your whole life. They released you when they wanted to.

THE BOAT

It was October 21, 1978. The ethnic Chinese faced increasing discrimination and were not given any food or clothing. The U.S. gave asylum to those who worked for American companies and whose lives were at risk. Mama fit into both categories: she worked for an American company, and she was ethnically Chinese. She packed a change of clothes for my brother and me and we boarded a three-decked freight boat along with over twenty-five hundred other people fleeing the country. Mama's adoptive parents were stuck in Saigon because they had no papers to prove their relationship to her.

For three and a half months, the crowded boat was our home. We ate the little bits of food given to us in cans. People got sick and many died. When someone died due to sickness or rolled off a higher deck while asleep and died, they were wrapped in a blanket and thrown into the sea while someone said a Buddhist chant, "Nam mor ar may tor fat..."

I broke out into pimples, was continuously sick and coughing. Mama thought about our future and she cried. I was always crying and made Mama want to jump into the sea.

The boat was dirty, the floor we slept on was filthy, we were covered in grime. Mama cleaned my brother and me with a washcloth soaked in seawater.

We got to Singapore. Singapore didn't want to take us, Indonesia didn't want to take us. They gave us food on the boat and then we had to leave. The boat got to Malaysia. The Red Cross gave us food and let the boat stay in its waters for a while. We were given a spray for our hair to get rid of the fleas. We wrapped our heads in towels while we waited for the chemical to do its job and we washed it off with seawater. Malaysia let us enter the country to fly to the U.S.

On February 10, 1979, Mama, Brother, and I arrived in Los Angeles, California.

SNAPSHOTS OF EARLY CHILDHOOD

When I was three years old, I was still drinking from a bottle and sucking my index finger. Mama was praying to Buddha and gave up eating beef in the hopes that it would contribute to our reunion with Baba.

In Saigon, Mama had worked for ten years as a telephone operator in an American trading company, so she knew some English. Mama studied data entry for eight months and got a job at Bank of America. She worked nights for a year, and I remember waking up crying to Grandma.

I continued sucking my finger in kindergarten until Uncle put chili pepper on my finger to get me to stop.

Mama, Brother, Grandma, and I lived with aunt, uncle, and their four sons in a faded yellow house on Allen Avenue in Pasadena until they moved to Missouri and we rented an apartment a couple of streets over on Parkwood. Shortly after that, Mama, Brother, Grandma, and I moved to a small house on Oak Avenue. The house was divided into two parts, and our neighbor Joe had two cats, Shadow, a black and white cat, and Snowy, a white cat with one blue eye and one yellow eye. Snowy's tail had been cut off by a kid and he always ran away from us. At that house, I met my first love—the garden.

Life was grass, bugs, flowers, and trees. I could eat bananas all day and climb the avocado tree or the plum tree, which was alternately full of flowers and fruits and naked, its branches clawing the sky. I would pick a plum, tear its skin with my teeth, and let its juice and flesh flood my mouth. I loved the fig tree, loved the fruits that bloodied the ground, loved sinking my teeth into the red, seedy meat.

The grass was great for flips, cartwheels and fights with my brother. My sky was green. I would track down butterflies and follow them around. I developed a hobby of catching butterflies by their wings, but I never kept any of them.

I was collecting spiders and would go around the garden, looking under leaves, in the cracks of the walls, under the rusting table, in corners, anywhere I could find a spider and put it in a jar. I had ten different spiders in a jar spinning ten different kinds of webs.

My brother and I would make villages out of branches and leaves from the avocado tree, dig up a trail around it, and pour water into the winding trench to make a stream.

I loved bananas so much. I was nine years old when I heard that Baba was coming. Baba was finally coming home! I always wanted a baba; the other kids had one, but I didn't. I was thinking, "What should I give him? It should be something really special." I decided to bring him a banana.

Mama got us ready and we drove to the airport in our yellow Datsun. I was holding the yellow banana and while I rode in the car, I felt something changing; I felt myself changing. Someone was coming to live with us. I thought about what I'd longed for for so long—a papa like the ones who picked up my friends from school. The ones with the faces that lit up when they saw my friends, the ones who hugged and smiled. A papa that swooped up his little daughter as if he held the world in his hands.

We waited at the airport and Baba got off the plane. I saw him and I started to cry; I cried and cried because I was scared. I saw my baba for the first time and I was scared that he'd be living with us. He was like an Egyptian cat: skinny, foraging, stern. He was impenetrable. He didn't smile; he didn't run up to swoop me into his arms. He was a stranger coming to live with us. I kept the banana, I kept crying in the car on our way home. Mama said, "See, your daughter is so glad to see you, she can't stop crying." I ate the banana.

MY FIRST DINNER WITH BABA

It was my first dinner with Baba after we picked him up from the airport. Grandma, Mama, Brother were there. We were sitting down for our first dinner together in nine years. We had rice, mixed vegetables and meat dishes, a typical Chinese dinner. Everyone had a pair of chopsticks. My brother and I had to "call" everyone before we could eat. "Ah Maa (paternal grandma) sik fan (eat meal), Ah Ba (papa) sik fan, Ah Ma (mama) sik fan." Before anyone could touch the food, we waited for Grandma to eat first. We all picked up our chopsticks, ready to eat. I held my chopsticks and Baba started to yell at me. I was scared; I was confused. He said that I couldn't use my left hand anymore; otherwise, he would punish me, and that I was bad because I was using my left hand. He said he wouldn't love me anymore if I did. His screaming paralyzed me; no one had ever screamed at me like that before. I began to cry. I didn't know how to use my right hand; I had never used it before for eating or writing and I didn't understand Baba. Mama had never punished me before for using my left hand. I did as he said because I thought he was going to beat me or kill me if I didn't. I knew my life was going to be different from then on. I wished he'd never come.

AN AX STUCK IN MY MEMORY

Life with Baba became very tense. I was scared to death of him. I didn't know when I was doing something wrong and would be yelled at and punished. He was always yelling at me for something. If I didn't put the bottle of sauce back at the exact spot where I found it, he would yell at and punish me. If I forgot to say, "good morning" or "good night" to him, he would yell at and punish me. I was becoming a paranoid child. Nevertheless, I decided to use my left hand. Learning to use my right hand was too difficult and I didn't think I was doing anything wrong. Still, I had no choice but to use my right hand to hold my chopsticks when we ate together. I hid behind doors and developed a knack for switching hands when Baba was walking into the room. When he walked near me, I nearly jumped in fear and impulsively moved away. I didn't talk to Baba because I hated him. I answered his questions using the fewest words possible, but I still seemed to always disappoint him.

Baba had a festering jealousy of my relationship with Mama. Was it because we loved each other? I never really understood why he didn't understand. Baba would curse Mama for being alone with me as if we were conspiring against him. So Mama didn't want to anger Baba and didn't stay alone with me anymore. I lost her.

One blinding yellow day, Mama was working in the garden and Baba was in the kitchen washing dishes. He insisted that I help him, so I did because I had no choice. What I really wanted to do was mess with dirt and plants with Mama. I went to help Mama after I washed the dishes, but apparently Baba was not satisfied and he was mad at me. When he started to yell and scream, I ran to my room like I always did and sat right in the middle of the floor to wait for things to calm down. They yelled at me to open the door. I didn't. Fear stiffened me up. I heard a loud crash—Baba was breaking down my bedroom door with an ax. He said he was going to kill me. I was screaming and crying. Mama was screaming and crying. She was shielding me as Baba lunged at me with the ax held above his head, saying he was going to kill me. The house was full of screams and the neighbor was tending her garden outside the window of the bedroom, quietly. Mama told Baba he would have to kill her first. He broke down every lock in the house with the ax and started to beat himself against the floor. We were destroyed.

A KNIFE

I was sitting on the floor behind the leaves of a potted plant, doing my homework. Baba was in the next room, in the kitchen. He was busy cooking; I could hear the clanging of dishes and pots and see the smoke that carried the aroma of food into the living room. Then a knife flew past my face, on the left side, missing it by an inch. Baba had seen me using my left hand and didn't like it. I thought that I could never forgive him. He could've killed me. Fear and anger became a constant reality. I lived with Baba, but pretended that he didn't exist. Otherwise, I couldn't have survived.

THE HORSE STANCE

I was in elementary school. Baba had promised me that he would take me to some kind of event. The day before the event, while in the car, I reminded Baba that he had promised to take me to school that evening.

He said, "Well, no, I'm not taking you."
I asked pleadingly, "But why?"

He replied, "I'm just not taking you."

I was upset that Baba broke his promise and I had been looking forward to going. We got to our driveway and I got out to push open the gate so that the car could go in. I pushed the gate a bit harder than usual and Baba got mad at me for showing anger toward him. So I had to "chol houng hay" which literally means "sit in the air" also known as "the horse stance," a kind of Chinese punishment. My back had to be straight and not leaning against anything, I had to hold my ears with my hands, and my thighs had to be parallel to the floor. I had to sit as if I was sitting on a chair, except there was no chair. Five minutes of doing this and I couldn't stand it anymore: my thighs tightened up and I felt like the house was falling down on me. Baba put a stick across my thighs as I was sweating and sitting in the air and said if the stick dropped, then he would hit me. No one in the house could stop him; no one wanted to stop him. I was crying and Baba said that I had to stop crying or else he'd hit me. I felt like I was dying; I was shaking, sweating, crying, and my heart was broken. For two hours, Baba made me sit in the air with my back straight and a stick across my thighs. Finally, Grandma begged him to let me go. He let me go. I went to the bathroom and cried. I cried loudly, gasping for breath. Baba heard me crying and told me to stop. I couldn't stop, I couldn't stop it. He said that I had to go back to being punished. So, I went back to *chol houng hay*. It was one of the worst days of my life.

ANTS

Toward winter, ants would come into the house and make trails along the bathtub. Before turning on the water to take a bath, I took each ant, one by one, out of the tub. The process was slow and usually took over half an hour. Once in a while, I would slightly squish one by accident. It would still be alive, just a bit twisted, and I would gently move it with my fingertip to straighten out its body and let it go. Some ants would get stuck in droplets of water and begin to drown; some would have drowned already. I took them out of the tub. The ones that were still alive were wet and couldn't move. I soaked up the water with a tissue, dried out the ant, and it would pitter-patter away. Sometimes I killed an ant, unintentionally, because I picked it up too quickly or with too much strength, and it would be crushed. I hated it when this happened, but it was inevitable.

PARAKEETS

Mama bought Brother and me two parakeets. One was yellow like the sun and one was blue like the sky. I was so excited; we put them in a cage and hung the cage up on a branch of the lemon tree. I stuck my fingers between the thin wires to try to rub my fingertip along the parakeets' feathers. We put a small cup of water and a cup of birdseed into the cage.

Two days later, I came home from school and the birdcage was empty! I cried and cried. My beautiful parakeets were gone! Grandma said that she let them go; she said that living things should not be kept in cages. The next day, I saw one of the parakeets in the lemon tree, fluttering in the leaves. I understood.

GRANDMA

The house was always filled with the smell of incense and the walls were brown with the smoke of incense. Grandma set up a shrine where she put a statue of Buddha, various other Buddhist figurines, and pictures of ancestors. I woke up in the morning to Grandma chanting and saw the gray smoke seep into the cracks of my bedroom door. Every once in a while, she banged a black metal gong shaped like a bowl with her red wooden stick. It was a ritual when she prayed: she would take out her mat and spread it on the floor before the altar, put on her dark brown robe, get her beaded necklace that she rotated around her fingers, ceremoniously light the incense, and stick it into a bowl of ash. She was not to be disturbed for the next half hour, or until she was done. She meditated three times a day: once in the morning, once in the afternoon, and once before bed.

RED

Baba refused to wear anything that was the color red. He said that it was a good thing that mama's car wasn't red; otherwise, he would've repainted it. He said he hated red because he said it was the color of communism.

CHICKS

I was about seven years old. It was a hot day and I was hurrying back from school to play with the baby chicks Mama bought us. There were about ten of them. They were little balls of yellow fluff. Some of the chicks were yellow like the color of a banana, some of them were yellow like the color of Mama's car, some were yellow like the color of a faded sweater. We would let them run around the banana trees and flowers. When I picked one up in my hand, I could feel that it was soft and light. I came home from school and opened the door to the laundry room that was attached to the house. The chicks were in a box on the floor. I looked into the box and there were ants crawling everywhere. A few of the chicks were already dead. Most of them were moving around, the ants walking in and out of their bodies and guts, eating them alive. Some ants were walking through a chick's head. The chick was standing with its eyes open, taking a few steps here and there. Blood was dripping from holes in the chick's body. There was nowhere it could go, nothing it could do but let itself be eaten alive. I screamed and screamed. I found a chick that was still salvageable, that was mildly injured, and took it out. It was the only one that survived for a while.

DRIPPING

I was about eleven years old. I was alone at home with Baba; I dreaded this moment. I planned to do whatever I could to avoid being punished. I sat quietly at the dinner table doing my homework.

Baba asked me, "Do you hear that?"

I began to curl. "Hear what?" I asked.

"Do you hear it?"

I tried my best to invoke my strongest listening abilities to hear "it." "No. Sorry."

"The water is dripping. Why didn't you hear it and fix it?" he asked.

I said, "I just didn't hear it."

He punished me—I had to sit in the air with no chair.

GRANDMA'S SOFA

There was a specific sofa that was known as Grandma's sofa. We had two sofas in the house and one of them belonged to Grandma. She sat there when she sipped her tea and when she methodically combed her long, gray and white hair, twisted it into a bun at the back of her head, and clipped it tight. She decorated her hair and kept it in immaculate place with clips and pins. She held the end of a bobby pin between her teeth as she moved her hair into place with her fingers, looking into the small, round mirror on the coffee table.

TRIP TO SAIGON

In the summer of 1995, I went back to Vietnam. I really wanted to go visit my maternal grandma, Por-por. I was teaching English in Pusan, South Korea at the time and had a break—my perfect opportunity. Vietnam was just next door. Conditions in Vietnam were still corrupt and chaotic, so my parents were nervous at the thought of me going there, but I had my mind set and couldn't be deterred.

When we left Vietnam in 1978, my grandparents on Mama's side were stranded. In subsequent years, Mama saved money to send to her parents so that they could build a comfortable place to live in. Por-por's son, whom she had adopted the way she had adopted Mama, was a big gambler and he soon gambled the house away. So, the son would send letters to Mama blackmailing her, writing that if she didn't send him money, then he would take their parents out into the woods and chop off their legs. "Gong-gong" (Maternal Grandpa) died shortly afterward from what we suspect was a heart attack from hearing about this.

In Saigon, I stayed with some distant relatives. I was intensely nervous about going back to Vietnam; every emotion was magnified. In the city, the popular form of transportation was the motorcycle, and I rode along with some cousins. The air was thick with exhaust; a greasy film covered my face when I went outside. I could see the smelly black-and-white clouds of polluted air when I rode on the motorcycle.

Apartments were fragilely built and looked as if a strong wind could have blown them over into the sandy streets. Sheets covered openings in the walls. People sold food and knick-knacks on the street under the apartments. Conversations and engines filled my ears. A couple of small children, about seven years old, ran up to me with a bowl in their hands, begging for food and money. People were worried that the government would force them to leave their homes and move to the countryside. The party flag and the flag of Communist Vietnam still waved side by side, like brothers.

Por-por didn't know that I was coming. We couldn't tell her because of her son. A relative drove me to where she lived; a man stood outside the house as if guarding the entrance. I went inside and told her who I was, that I was "Ah Wai," and gave her a hug. I remembered Mama telling me that Por-por couldn't use her legs anymore. She was living in a grimy, closet-sized room with a small bed and just enough room for me to squeeze in. She took out some pictures of me that Mama had sent her at different points in my life, growing. We hugged each other for a long time, letting the wet emotion run down our faces. Finally, after seventeen years, we were able to see each other again. I left Vietnam happier and sadder.

BABA

When Baba was in Hoang Lien Son "Re-education" Camp, his fellow inmates died of hunger, sickness, beatings. If someone attempted to escape and was caught, they would get one year in solitary confinement or the death penalty. Some were bludgeoned to death in front of the other prisoners. Some prisoners were hung upside down from the ceiling and beaten as they swung, and if they screamed in pain they were beaten some more. As punishment, prisoners were tied up in excruciating positions, shackled, and placed in small boxes where their tied-up legs became gangrenous and had to be chopped off. Prisoners were punished for "reactionary statements," forced to work more hours and deprived of their small ration of food. Prisoners died during interrogation. There was a list of rules they had to memorize and follow.

SCARS

Mama showed me the scars on her hands where her adoptive parents had beat her with a stick when they hung her from the ceiling when she didn't listen. The scars are a rise in the flesh where the new skin covers the broken skin, just like the scar I have on my left middle finger from when I grabbed a glass vase so hard that it shattered in my hand.

Mama looks at me in shock that I complain about my childhood. She loves her scars; she says that they were created out of love. Her reasoning is that her real parents abandoned her; at least her adoptive parents raised her.

How meaning changes when situation is put beside situation. My childhood: a horror to some, a blessing to others. One person's life: a horror to some, a blessing to others.

BEDTIME STORY

Mama used to tell us a bedtime story that somehow managed to make me fall asleep. Here it goes:

Once upon a time, two kids, a brother and a sister, lived with their mother in the woods. One day, while the kids were out, a witch came to the cottage and ate the mother. At night, the kids came home and knocked on the door, calling, "Mother, open the door!" The witch blew out all the candles and opened the door.

The kids asked, "Mother, why is it so dark? Can you light the lamps?"

The witch said, "My eyes are hurting and the lights will hurt them, besides it's late and it's time for bed."

They all slept together in one big bed. In the middle of the night, the brother heard a crackling sound. He asked, "Mother, what is that sound?"

"I'm eating some nuts."

"Can I have some?"

"No, it's late. Go to sleep. The boy, in bed, felt around with his hands for his sister. She wasn't there.

He realized that the mother or witch or whoever it was, was eating his sister, munching on her bones.

I don't remember the ending...

NĂM CỦA THỎ

tự truyện

Teresa My Chuc

(Chúc Mỹ Tuệ)

Nữ nhà thơ trẻ Mỹ gốc Việt

MỘT THAI NHI

Năm 1975, năm của Thỏ, ở Sài Gòn, Việt Nam. Tôi đang là một thai nhi, kích thước chỉ bằng nửa tờ Dollar trong tử cung của mẹ. Bơi trong nước ối, chân tay dài thêm ra trong cái bụng đầy nước ấy khi trái tim tôi đập những nhịp đập đầu tiên.

Vài tháng sau đó, cái thai nhi đã to thêm và người mẹ đi phải ưỡn ra để lấy thăng bằng. Cuộc chiến tranh đã kết thúc, người Mỹ đã rút lui, và một cuộc chiến khác cũng đã bắt đầu. Mẹ tôi mệt nhọc dưới ánh nắng chói chang và cố không để ý đến những người lính tuần tra trên phố. Máy bay trực thăng quân sự quần đảo trên bầu trời. Mẹ tôi dắt theo anh trai hai tuổi của tôi đi tìm ba tôi và tự hỏi: "Anh ấy bị gọi ra trình diện với chính quyền mới trong mười ngày, nhưng bây giờ anh ấy ở đâu? Còn sống hay đã chết?"

Năm sau, tôi mới được sinh ra. Mẹ tôi thực sự chỉ được nghỉ đẻ vài tháng, nuôi tôi bằng bầu sữa ít ỏi của mình, đôi lúc tôi ngủ thiếp đi trong khi những giọt sữa ấm vẫn chảy qua miệng mình. Rồi mẹ phải dậy sớm đi làm sữa đậu nành bán ở hè phố trước cổng bệnh viện, trong khi bà ngoại ở nhà trông anh trai tôi và tôi. Bà địu tôi trên lưng bằng một cái bao vải và tôi nảy lên nảy xuống theo bước chân bà.

Một cô bạn nói với mẹ tôi: "Sao cô không bán con bé đi. Cô lấy gì mà nuôi nó?" Anh trai tôi, chưa hiểu đó là một câu đùa ác, liền kêu: " Không, cháu không cho bán em gái cháu. Nhìn kìa, còn có rất nhiều gián để chúng cháu ăn."

Căn phòng tối được chiếu sáng bằng thứ ánh sáng xanh dịu, tôi đã được một tuổi, tôi ngồi chơi trên sàn nhà. Gián chạy đua với chuột dọc tường nhà. Tôi khám phá thế giới bằng giác quan của tôi. Tôi bóp nát bét một con gián, ruột nó phều ra và chảy xuống các ngón tay tôi. Anh trai tôi vào phòng và kêu "eo ôi eo ôi…" trong sự ghê tởm.

Đó là một thế giới tuổi thơ thú vị.

TRẠI CẢI TẠO HOÀNG LIÊN SƠN

Ba tôi vốn là đại úy trong Quân pháp của VNCH. Những người Cộng sản muốn "tái giao dục" ông. Vào ngày 5 tahngs 6 năm 1975, ba tôi đi trình diện chính quyền mới. Mẹ mất hẳn tin tức từ ngày đó, cho đến một năm sau mẹ mới dò hỏi được nơi mà họ đưa ba đến. Nếu ba làm việc chăm chỉ thì một hoặc hai năm, người ta cho ba nhận thư nhà nhưng trước khi đưa thư cho tù nhân họ đã đọc trước xem có chỉ trích gì chính quyền mới trong đó không.

Ba tôi và khoảng hơn một ngàn tù nhân khác làm việc trong một khu rừng ở Bắc Việt Nam. Họ tự đi chặt tre trong rừng về làm lán trại để ở. Bọn họ đều nằm chung trong cái sạp dát bằng tre rất dài, sát cạnh nhau. Họ làm việc suốt bảy ngày trong tuần. Giày dép không đủ, họ phải đi chân trần vào rừng, dù trời lạnh, gai và đá làm cho chân họ sưng tấy. Do tre ngày một hiếm, họ phải luồn rừng đi xa hàng tiếng đồng hồ mới tìm chặt được tre nhưng khi về, phải vác một cây tre dài trong rừng là chuyện không dễ dàng gì.

Họ thường không được nghỉ ngơi. Ba tôi cũng như các tù nhân khác, đều phải ăn đói. Họ được ăn hai bữa một ngày, vào buổi trưa và buổi tối. Mỗi bữa ăn có khoảng 50 hạt ngô và một ít rau rừng, ba tôi bảo với mọi người, hãy nhón từng hạt đặt trên đầu lưỡi mà thưởng thức.

Các tù nhân luôn luôn đói, luôn luôn suy nghĩ về cái ăn, tuy nhiên khi ăn xong còn cảm thấy đói hơn. Trong mơ cũng chỉ mơ về ăn, nhiều người ngủ mồm nhai tóp tép. Một lần, ba tôi bị rơi xuống hẻm núi, may không chết, chỉ bị sưng chân. Ông phải buộc lá chanh nóng và muối trong một tuần mới đi lại được.

Nếu tù nhân nào vi phạm qui định của trại, họ bị phạt làm việc nhiều giờ hơn, hoặc bị bỏ đói, tra tấn, cách ly hoặc bị xét xử tử hình, tùy theo mức độ nghiêm trọng của hành vi phạm tội. Các ông phụ trách trại nói với ba tôi và các tù nhân khác: "Chúng tôi không cần một viên đạn để giết các anh, vì các anh không có giá trị bằng một viên đạn. Chúng tôi sẽ cho các anh sống như thế này để chết dần từng ngày. Các anh phải làm việc rồi mới được chết."

Ba tôi không dám nghĩ về vợ con. Nếu ông nghĩ, ông không thể sống sót. Ông sẽ bị tuyệt vọng. Ông những muốn hoặc giết những người giam giữ ông hoặc tự tử. Ông nhủ lòng: "Không cảm xúc, không nghĩ ngợi, chỉ cần tồn tại."

Vài tháng một lần, các tù nhân được nhận một thứ lá để hút thuốc.

Khi một ai đó bị đưa vào trại cải tạo này, không cần tuyên án hay buộc tội gì hết, bạn cứ ở đấy trọn đời. Bạn chỉ được thả ra khi họ muốn.

THUYỀN NHÂN

Ngày 21 tháng 10 năm 1978. Hoa kiều bị phân biệt đối xử. Mỹ cho tỵ nạn những người đã làm việc trong các công ty Mỹ và cuộc sống bị đe dọa. Mẹ tôi phù hợp với cả hai loại, bà từng làm việc cho một công ty Mỹ và bà cũng là một Hoa kiều. Bà gói ghém quần áo của cả nhà và chúng tôi lên một con tàu vận tải hàng hóa có ba tầng với hơn hai ngàn năm trăm người khác, chạy trốn khỏi đất nước. Cha mẹ nuôi của mẹ tôi bị mắc kẹt lại Sài Gòn vì không có giấy tờ gì chứng minh quan hệ giữa họ với mẹ tôi.

Trong ba tháng rưỡi trời, chúng tôi sống chen chúc trong con thuyền đó. Hàng ngày ăn thực phẩm do thuyền cấp. Nhiều người ngã bệnh và có nhiều người chết. Nếu có ai chết, người ta khâm lượn họ trong tấm chăn rồi ném xuống biển, trong khi những người khác cầu kinh và niệm Nam mô A di đà Phật.

Người tôi phát ra nhiều mụn nhọt và liên tục bị bệnh và ho. Mẹ tôi nước mắt giàn dụa khi nghĩ về tương lai hai đứa con. Bà chỉ muốn nhảy xuống biển mà chết.

Hầm tàu rất bẩn, sàn ngủ nhớp nháp. Mẹ tôi tắm cho hai anh em tôi bằng cách lấy khăn nhúng nước biển rồi lau người.

Chúng tôi đến Singapore, Singapore không muốn cho quá giang, Indonesia cũng vậy. Họ chỉ cho chúng tôi thực phẩm, sau đó chúng tôi phải ra đi. Rồi thuyền chúng tôi đến Malaysia. Hội Chữ thập đỏ ở đó đã cho chúng tôi đồ ăn và được lưu lại trong cảng của họ một thời gian. Bọ chét rất nhiều, chúng tôi dùng bình xịt tóc để sịt bọ chét. Trong khi chờ hóa chất để diệt bọ chét, mọi người phải lấy khăn trùm kín đầu. Cuối cùng Malaysia đã cho chúng tôi nhập cảnh để bay sang Mỹ.

Ngày 10 tháng hai năm 1979, ba mẹ con tôi đến Los Angeles, California.

NHỮNG BỨC ẢNH CỦA TUỔI THƠ

Khi tôi lên ba, tôi vẫn mút tay và uống nước bằng bình sữa. Mẹ đã ăn chay và tụng kinh, niệm Phật hàng ngày để cầu mong Đức Phật phù hộ cho ba sớm được đoàn tụ với các con.

Ngày còn ở Sài Gòn, mẹ đã từng làm việc như một nhà điều hành điện thoại trong một công ty thương mại Mỹ độ hơn mười năm, vì thế mẹ cũng biết chút ít tiếng Anh. Mẹ bỏ ra tám tháng học nhập dữ liệu và đã có một chỗ làm tại Ngân hàng Mỹ. Bà phải làm ca đêm trong một năm, tôi đã khóc rất lâu mỗi khi thức giấc không thấy mẹ bên cạnh.

Tôi đi trường Mẫu giáo vẫn mút ngón tay cho đến khi chú bôi ớt vào tay tôi mới thôi. Ba mẹ con lúc đầu ở chung với chú, dì và 4 đứa con trai của họ trong một ngôi nhà sơn màu vàng nhạt trên đại lộ Allen khu Pasadena. Khi họ chuyển đến Missouri thì chúng tôi cũng thuê một căn hộ khác trên Parkwood. Ít lâu sau, chúng tôi lại chuyển đên một căn nhà nhỏ hơn ở đại lộ Oak. Căn nhà được chia đôi cho hai gia đình ở. Hàng xóm nhà tôi là ông Joe, nhà ông có hai con mèo rất đẹp.

Tại ngôi nhà đó, tôi đã gặp tình yêu đầu đời của mình – vườn cây.

Cuộc sống của tôi không có gì khác ngoài cỏ, hoa trái, côn trùng, cây cối. Tôi có thể ăn chuối cả ngày và leo cây. Cây bơ và cây mận thay nhau ra hoa, các cành của nó vươn thẳng lên trời. Tôi sẽ chọn một quả mận chín đỏ, cắn ngập cả răng để cho nước quả mận tuôn vào miệng. Tôi yêu những cái cây, yêu vết răng của tôi chìm sâu vào màu đỏ quả chín.

Mặt cỏ dày thật là tuyệt vời cho Flip và anh trai tôi nhào lộn và vật nhau. Bầu trời của tôi màu xanh lá cây và những con bướm mà tôi đang đuổi theo. Tôi đi quanh vườn và tìm kiếm, nhìn dưới đám lá, trong các vết nứt chân tường, dưới gầm bàn, trong goc tủ, bất cứ nơi nào tôi có thể tìm thấy một con nhện và bỏ nó vào cái lọ, cái lọ ấy đã có đến mười con nhện.

Anh trai tôi và tôi sẽ làm một cái nhà dưới tán cây bơ, đào một cái rãnh xung quanh nó, đổ nước vào cho chảy thành con kênh.

Tôi rất thích chuối. Khi tôi 9 tuổi, tôi nghe nói rằng baba đang đến. Ba tôi cuối cùng cũng được trở về nhà. Tôi luôn mong có một người cha, những đứa bạn đều có, tôi thì không. Tôi đang tự nghĩ, tôi sẽ cho ông cái gì? Cái gì đó thực sự đặc biệt? Tôi quyết định mang cho ông quả chuối.

Mấy mẹ con đã sẵn sàng, mẹ lái xe đưa cả nhà đến sân bay Datsun. Tôi đang ngồi trong xe, tay vẫn cầm quả chuối vàng ươm, tôi cảm thấy có điều gì đó thay đôi, tôi bất an thấy mình sẽ không còn được như cũ nữa. Một người nào đó sẽ đến sống cùng gia đình chúng tôi. Tôi nghĩ về những gì tôi đã từng mong mỏi quá lâu, giống như cha mẹ bạn tôi ở trường. Những người ấy với khuôn mặt rạng ngời khi nhìn thấy con cái họ tan trường, họ ôm chầm lấy nhau, cười cười nói nói. Ba tôi, liệu có bổ nhào đến ôm ghì lấy cô con gái nhỏ bé của mình không?

Chúng tôi chờ đợi khá lâu và ba tôi đã xuất hiện. Nhìn thấy ông, tôi bật khóc ví sợ, khóc mãi không nín được. Tôi thấy ba tôi lần đầu tiên và tôi sợ rằng ông muốn được sống cùng chúng tôi. Ông giống như một con mèo Ai cập: gầy đói, nhớn nhác và nghiêm khắc. Ông lạnh lùng thật khó hiểu. Ông không mỉm cười, không chạy bổ đến xiết chặt tôi trong vòng tay của ông. Ông như người xa lạ ở đâu đến sống với chúng tôi. Tôi giữ lại quả chuối và không ngừng khóc trên đường về nhà. Mama nói: "Nhìn kìa, con gái anh vui quá khi gặp anh, nó cứ khóc mãi." Tôi ăn chuối.

BỮA ĂN TỐI ĐẦU TIÊN VỚI BA TÔI

Bữa ăn tối đầu tiên của tôi với ba tôi sau khi đón ba từ sân bay về. Bà ngoại, mẹ, anh trai đã ở đó. Chúng tôi quây quần ăn bữa cơm đoàn viên đầu tiên sau 9 năm phân ly. Bữa cơm có rau xào, các món thịt, bữa cơm đặc trưng của phương Đông. Tất cả mọi người đều cầm đũa. Anh trai và tôi phải mời những người bề trên trước khi ăn. Mọi người phải chờ cho bà ngoại ăn trước mới được ăn. Ai nấy cầm lấy đũa, tôi cũng cầm một đôi và lập tức ba hét vào mặt tôi. Tôi đã sợ đến phát run lên và tôi bị nhầm lẫn.

Ông bảo tôi từ nay không được cầm đũa tay trái nữa, nếu không ông sẽ trừng phạt tôi. Tôi như một đứa bé hư vì tôi đã sử dụng tay trái. Ông nói rằng ông sẽ không yêu tôi nữa nếu tôi cứ làm như vậy. Sự giận dữ của ông làm tôi tê liệt, từ trước tới nay không có ai quát vào mặt tôi như vậy. Tôi bắt đầu khóc, tôi không biết làm thế nào để cầm được đũa bằng tay phải vì chưa bao giờ cầm cái gì bằng tay phải cả. Mẹ tôi cũng không bao giờ bảo tôi phải cầm đũa hay bút bằng tay phải. Tuy nhiên, tôi cũng gắng hết sức để tập làm như ông bảo vì tôi nghĩ nếu không ông ấy sẽ đánh tôi hoặc giết tôi mất. Tôi nghĩ cuộc sống của tôi từ nay, sẽ rất khác. Tôi ước gì ba tôi đừng bao giờ sang đây.

MỘT CÁI GÌ MẮC KẸT TRONG TRÍ NHỚ

Từ khi ba tôi trở về, cuộc sống của tôi trở nên căng thẳng. Tôi sợ hãi chết khiếp. Tôi biết mình sẽ bị trừng phạt bất kỳ lúc nào nếu như lỡ có làm điều gì sai trái. Ông luôn la mắng tôi chỉ vì một cái gì đó rất nhỏ nhặt. Chẳng hạn, nếu như tôi không đặt chai nước sốt về đúng vị trí lúc đầu, hoặc buổi sáng, hoặc buổi tối, tôi có lỡ quên chào... là ông đã quát và trừng phạt tôi ngay. Tôi đã bị biến thành một đứa trẻ hoang tưởng. Dù sao, tôi cũng phải quyết tập cho được cầm bút tay phải. Nhưng tập viết tay phải bây giờ rất khó khăn và tôi cũng đã nghĩ rằng tôi không làm điều gì sai trái cả. Tuy nhiên, trong bữa ăn, tôi vẫn phải cầm đũa bằng tay phải. Khi học, tôi ngồi sau cánh cửa và đổi tay thật nhanh khi ông sắp vào phòng. Thế mà khi ông đến gần, tôi như chết lặng vì sợ hãi rồi vội vàng chuồn ra ngoài. Vì sợ và ghét, tôi không bao giờ nói chuyện với ba tôi. Ông hỏi gì tôi trả lời bằng những câu ít từ nhất, nhưng dường như tôi vẫn rất thất vọng về ba tôi.

Ba tôi nhức nhối ghen tị vì tình yêu mẹ tôi giành cho tôi. Tôi rất lạ vì sao ba tôi không hiểu. Ba nguyền rủa mẹ như mẹ chỉ của một mình tôi như thế chúng tôi âm mưu chống lại ông. Vì thế, mẹ không nỡ giận ba và đã không ở lại một mình với tôi nữa. Tôi đã mất mẹ tôi.

Một ngày nắng chói chang, mẹ đang làm vườn và ba nấu các món ăn trong bếp. Ba bảo tôi vào giúp ba, tôi đành đi vào rửa mấy cái chén cho ông. Rồi tôi ra vườn giúp mẹ.

Nhưng như vậy hình như ba không hài lòng và ông đã giận tôi. Ông bắt đầu quát ầm ầm, tôi chạy ngay về phòng đóng cửa lại. Ba tôi đập cửa bắt mở ra. Tôi sợ cứng người, không dám mở. Tôi nghe tiếng choang, ba tôi lấy rìu đập vỡ toác cửa phòng tôi. Ông la lớn là ông sẽ giết chết tôi. Tôi chỉ có biết hét lên và khóc. Mẹ tôi lao đếnche chắn cho tôi và bà cũng hét lên và khóc. Ngôi nhà ầm ỹ tiếng la hét và tiếng khóc. Những người làm vườn vẫn lặng lẽ bên khu vườn. Mẹ nói với ba khi cái rìu giơ cao trên đầu ba rằng, "ông sẽ phải giết tôi trước…" Ông đã phải buông xuôi nhưng để hả giận ông lấy rìu phá hết tất cả các cái khóa trong nhà rồi nằm lăn ra sàn nhà.

MỘT CON DAO

Tôi đang ngồi làm bài tập trong nhà phía sau chậu cây. Ba ở phòng bên cạnh, trong nhà bếp. Ông bận rộn nấu ăn, tôi có thể nghe thấy tiếng đĩa bát lanh canh và mùi thức ăn thơm phức bay vào phòng. Chợt một con dao bay qua mặt tôi, phía bên trái, chỉ xịch một inch nữa là trúng vào mặt tôi. Đó la con dao của ba tôi vì ông thấy tôi cầm bút tay trái và ông phẫn nộ về điều đó. Tôi nghĩ rằng tôi sẽ không bao giờ tha thứ cho ông. Ông có thể đã giết chết tôi. Sợ hãi và giận dữ đã trở thành một sự thật bất biến. Tôi sống với ba tôi, nhưng giả vờ như ông không tòn tại. Nếu không, tôi có thể không còn tồn tại.

"CHOL HOUNG HAY"

Tôi còn đang học tiểu học. Ba tôi có hứa sẽ đưa tôi đến một số cuộc liên hoan họp hành ở trường. Hôm ấy, khi ở trong xe, tôi nhắc ông là ba đã hứa là đưa con đến trường vào tối nay đấy.

Ông liền bảo: "À, không được, ba không thể đi được."

Tôi hỏi với giọng nài nỉ: "Nhưng tại sao?"

"Ba chỉ không muốn đưa con đi thôi." Ba trả lời.

Tôi thất vọng vì ông đã không giữ lời hứa của mình và vì tôi đang háo hức để đi. Khi về nhà, tôi đã đẩy cánh cửa gara một cách khó nhọc hơn bình thường, điều đó làm cho ba nổi giận. Vì thế, tôi đã phải chịu hình phạt "Chol houng hay" nghĩa là ngồi trong không khí, hoặc còn được gọi là tư thế cưỡi ngựa (một loại hình phạt của Trung quốc). Lưng tôi phải thẳng, không được dựa vào bất cứ vật gì, tay giơ ngang và đùi, tay phải song song với sàn nhà. Tôi phải ngồi như thế, như ngồi trên một cái ghế nhưng không có ghế. Phải ngồi như thế 5 phút nhưng tôi không thể chịu đựng được 5 phút, đùi tôi như bị bóp chặt và tôi cảm thấy ngôi nhà sắp sập xuống đầu mình. Ông còn đặt một cái gậy lên đùi tôi, bảo nếu gậy rơi xuống đất ba sẽ đánh. Trong nhà không ai có thể ngăn ông, không ai dám ngăn. Tôi đã khóc thê thảm và ba tôi nói rằng nếu tôi cứ khóc nữa ông sẽ đánh. Tôi cảm thấy như mình sắp chết, run lẩy bẩy, mồ hôi vã ra và chỉ có khóc. Trái tim như vỡ ra. Trong hai giờ, ba tôi bắt tôi ngồi như thế với cái gậy đặt trên đùi. Cuối cùng, mẹ tôi cũng năn nỉ được ba tha cho tôi. Ông cho tôi đi. Tôi vào phòng tắm và không kìm được, tôi lại òa khóc và nức nở mãi. Ba tôi nghe tôi khóc lại quát nín ngay không. Nhưng tôi không thể ngừng khóc được, không thể nín ngay được. Thế là ba tôi bắt tôi quay trở lại chịu phạt tiếp. Và tôi đã phải trở ra để chịu tiếp "chol houng hay" lần nữa.

Đó là một trong những ngày tồi tệ nhất của cuộc đời tôi.

KIẾN

Sắp tới mùa đông, những đàn kiến sẽ đi vào nhà và đi thành hàng dọc theo bồn tắm. Trước khi mở vòi nước, tôi nhặt từng con, từng con kiến ra khỏi bồn tắm. Bắt từng con kiến không nhanh được, cũng phải mất hơn nửa giờ. Một lần trong khi làm như vậy, tôi lỡ làm ướt một con. May nó còn sống, chỉ co quắp lại, tôi vuốt nhẹ nó thẳng ra rồi để nó đi. Nhưng rất nhiều con khác bị mắc kẹt trong vũng nước và bị chết đuối.

VẸT ĐUÔI DÀI

Mẹ mua cho hai anh em tôi một đôi vẹt đuôi dài. Một con màu vàng như nắng, con khác màu xanh da trời. Tôi quá thích thú, chúng tôi cho chúng vào trong một cái lồng và treo lên cành cây chanh. Tôi bị mắc kẹt ngón tay giữa nan lồng khi vuốt đuôi con vẹt. Tôi đặt một cốc nước nhỏ, và một chén thức ăn cho chúng.

Hai ngày sau, tôi từ trường trở về nhà thấy lồng chim trống không. Tôi bật khóc, ôi vẹt đuôi dài xinh đẹp của tôi đã biến mất. Bà ngoại nói rằng mẹ cháu đã phóng sinh chúng, những sinh vật không nên nhốt chúng trong lồng. Hôm sau tôi thấy một chú vẹt duôi dài nhảy nhót trong cây chanh, làm rung những cành lá. Tôi đã hiểu…

BÀ NGOẠI

Ngôi nhà luôn luôn đầy mùi hương, đến nỗi làm bức tường xỉn màu vì khói hương. Bà ngoại đã lập một điện thờ trong nhà, trên cao là bức tượng Đức Phật và thấp hơn là hình ảnh của tổ tiên. Tôi thức dậy vào buổi sáng thường nghe bà tụng kinh Phật, khói hương thấm qua khe cửa vào phòng tôi. Cứ sau mỗi đoạn kinh, bà thỉnh một tiếng chuông. Đây là một nghi lễ khi bà tụng kinh: bà lấy chiếu trải ra trên sàn nhà, trước bàn thờ. Bà mặc áo dài màu nâu sồng, cổ đeo tràng hạt và bà vừa lần tràng hạt vừa thắp một tuần hương cắm vào các bát hương. Mọi người không ai được quấy rầy bà cho đến khi bà tụng xong bản kinh. Bà ngoại tôi thiền định mỗi ngày ba lần, một buổi sáng, một buổi chiều và một trước khi đi ngủ.

MÀU ĐỎ

Ba tôi từ chối bất kỳ thứ gì là màu đỏ. Ông nói rằng may cho xe của mẹ không phải màu đỏ, chứ nếu không, ông sẽ đi sơn lại. Ba tôi nói rằng, ông ghét màu đỏ vì theo ông đó là màu sắc của Chủ nghĩa cộng sản.

GÀ CON

Khi tôi lên bảy... Một ngày trời nắng và nóng, tôi vội vã đi học còn về để được chơi với đám gà con mà mẹ tôi vừa mua. Chúng như những quả bóng bé tý lông tơ mượt và vàng óng. Đôi ba con lông vàng như quả chuối chín. Đôi con khác lại vàng như màu xe của mẹ tôi. Còn số nữa như cái màu áo len cũ. Tôi thả chúng chạy quanh cây chuối và những khóm hoa. Tôi đỡ một con trên lòng bàn tay, cảm giác mềm mại và nhẹ nhàng. Một buổi tôi đi học về, mở cửa nhà kho. Bầy gà được nhốt trong hộp giấy. Tôi mở hộp thấy đàn kiến chạy tung tóe, ba bốn con gà con bị lũ kiến cắn đã chết. Những con khác, cố chạy loanh quanh nhưng vẫn bị lũ kiến ăn sống. Chúng bu vào mắt, đốt. Con gà con vẫn mở mắt tròn xoe, nó bước được vài bước rồi gục ngã, máu rỉ ra khắp cơ thể nó. Chẳng có nơi nào để chạy, không có gì để bảo vệ, nó bị lũ kiến ăn sống. Tôi hét lên và hét lên. Tôi tìm được một con bị thương nhẹ, bắt nó ra mong cứu sống nó. Nó là con duy nhất được sống sót.

NHỎ GIỌT

Tôi khoảng 11 tuổi. Tôi chỉ có một mình ở nhà với ba tôi. Tôi rất sợ hãi thời điểm này. Tôi mong làm cái gì đó không mắc lỗi để khỏi phải bị mắng. Lúc ấy tôi lặng lẽ ngồi ở bàn ăn làm bài tập về nhà. Chợt ba hỏi:

- Con có nghe thấy gì không?

Tôi bắt đầu co rúm lại. "Nghe gì ạ", tôi hỏi.

- Con không nghe thấy gì à?

Tôi cố hết sức lắng tai xem nó là gì.

- Không, xin lỗi, không nghe thấy gì ạ.

- Vòi nước đang nhỏ giọt. Tại sao con không nghe để mà vặn nó lại.

- Tại con không nghe gì cả thôi ạ, tôi nói.

Nhưng ông đã ra lệnh trừng phạt tôi, tôi lại phải "chol houng hay".

XÔ-PHA CỦA BÀ

Có một cái sofa được thừa nhận là giành riêng cho bà. Nhà có hai cái thì giành cho bà một. Bà ngồi đó khi nhấm nháp tách trà sáng của bà hoặc khi bà ngồi đó, cẩn thận chải mái tóc dài và trắng bạch của bà, rồi búi nó thành búi to tròn, cặp chặt gọn gàng đằng sau gáy. Bà búi tóc cũng rất công phu, cuộn từng vòng một, cuối cùng là đuôi tóc chỉ bằng ngón tay, bà vừa soi gương, vừa một tay giữ búi tóc, một tay lấy cái cặp đã cắn sẵn ở miệng cặp chặt búi tóc lại.

CHUYẾN TRỞ LẠI SÀI GÒN

Mùa hè năm 1995, tôi trở về Việt Nam. Tôi thực sự muốn đi thăm bà ngoại tôi, Por-por. Dạo đó, tôi đang giảng dạy tiếng Anh ở Pusan, Hàn quốc và đây là cơ hội hoàn hảo để tôi đi đây đi đó. Tôi liền trở về Việt Nam. Hoàn cảnh Việt Nam đang còn nhiều hỗn loạn và tham nhũng. Vì vậy mà ba má tôi rất lo lắng khi nghĩ tôi sẽ trở về đó nhưng tôi đã có chủ ý của tôi và đừng ai ngăn cản nổi.

Khi ba mẹ con tôi rời Việt Nam là năm 1978, ông bà bên ngoại (cha mẹ nuôi của mẹ tôi) đã bị mắc kẹt. Những năm sau đó, mẹ giành dụm được ít tiền gửi cho ông bà ngoại để họ có thể xây lại nhà để ở cho thoải mái hơn. Nhưng số tiền ấy cậu con trai của ông bà nướng sạch vào chiếu bạc. Cậu còn viết thư tống tiền gửi cho mẹ tôi, bảo nếu bà không gửi tiền cho anh ta, anh ta sẽ đưa ba mẹ vào rừng và chặt chân. Nghe nói ông ngoại bị anh ta dọa thế lên cơn đau tim mà chết.

Về Sài Gòn, tôi ở lại nhà người họ hàng xa. Tôi đã mạnh mẽ hơn về tinh thần để trở về Việt Nam, mọi cảm xúc trào dâng. Trong thành phố đi lại chủ yếu là xe máy. Và tôi cũng đi xe máy với mấy người anh họ. Không khí đầy bụi và khí thải. Ra ngoài đường, tôi đội mũ bảo hiểm có tấm meca che trước mặt. Nhìn những áng mây trắng vần vũ trên bầu trời và ngửi mùi khí thải trong gió.

Căn nhà mỏng mảnh tưởng như một trận gió mạnh cũng có thể thổi bay nó. Những tấm vải che phủ các bức tường được mở ra. Người ta bán thực phẩm và các đồ lặt vặt ngay trên vỉa hè. Tiếng người và tiêng xe inh tai nhức óc. Hai đứa trẻ khoảng bảy tuôi chạy đến ôm lấy tôi, chìa cái bát ra xin tiền. Người dân đang lo lắng rằng chính phủ sẽ buộc họ rời bỏ nhà cửa để về nông thôn. Lá cờ đảng và cờ tổ quốc vẫn còn tung bay bên cạnh nhau, như anh em.

Bà ngoại không biết tôi đến. Chúng tôi không thể nói với bà vì ngại người con trai của bà. Người bà con đưa tôi đến nơi bà ở. Phía ngoài ngõ, có một người đàn ông đứng như đang gác cổng. Tôi đi vào trong nơi bà ở, gọi bà và nói với bà tôi là ai, cháu là A Wai rồi ôm chặt bà. Tôi nhớ mẹ nói với tôi rằng chân của bà yếu lắm, không đứng lên được. Bà không được chăm sóc, cáu bẩn, quần áo bừa bộn, một cái giường nhỏ, và chỉ còn đủ chỗ cho tôi len vào. Bà lấy ra một số ảnh của tôi từng năm mà mẹ tôi gửi về cho bà. Bà cháu ôm chầm lấy nhau một lúc lâu, cả hai không cầm được nước mắt.

Cuối cùng, sau mười bảy năm, bà cháu còn có thể gặp lại nhau. Tôi rời Việt Nam hạnh phúc hơn và cũng buồn hơn.

VẾT SẸO

Mẹ đã cho tôi xem những vết sẹo trên tay mẹ. Những vết sẹo ấy là kết quả của những trận đòn của cha mẹ nuôi đánh bà bằng cách treo bà lên xà nhà rồi đánh khi bà không vâng lời. Những vết sẹo chồng lên nhau, giống như vết sẹo trên ngón tay trái của tôi khi tôi nắm lấy cái bình thủy tinh làm nó vỡ trong tay.

Mẹ bị sốc khi tôi phàn nàn với mẹ thời thơ ấu của tôi. Bà yêu những vết sẹo của mình, bà nói rằng chúng được tạo ra bởi tình yêu thương. Bà lý giải rằng cha mẹ ruột của bà đã bỏ rơi bà thì cha mẹ nuôi ít nhất, cũng đã nuôi bà lớn lên.

Sự thay đổi có ý nghĩa tốt đẹp như thế nao khi ta đặt hoàn cảnh này bên cạnh hoàn cảnh khác. Tuổi thơ của tôi: Nỗi kinh hoàng với số người này nhưng lại phước lành với số người khác. Cuộc đời của một ai đó: có thể là nỗi kinh hoàng với số người này và có thể là phước lành với số người khác.

CÂU CHUYỆN TRƯỚC KHI ĐI NGỦ

Mẹ thường kể cho anh em tôi một câu chuyện cổ để cho mau ngủ. Mẹ kể rằng...

Ngày xửa ngày xưa, Nhà có hai đứa trẻ, cậu anh trai và cô em gái, sống với mẹ ở trong rừng. Một hôm, khi hai anh em đi vào rừng chơi thì có một mụ phù thủy lẻn vào nhà và ăn thịt người mẹ. Đến tối, hai anh em trở về nhà, gõ cửa và gọi: "Mẹ ơi, mở cửa cho các con." Mụ phù thủy liền thổi tắt các ngọn nến rồi mở cửa. Hai đứa trẻ hỏi: "Mẹ ơi, sao nhà tối om vậy? Mẹ không thắp nến lên."

Mụ phù thủy nói: Mắt mẹ bị đau, mẹ sợ ánh đèn. Đã muộn rồi, giờ cũng là lúc đi ngủ con ạ."

Tất cả bọn họ ngủ cùng nhau trên một cái giường lớn. Nửa đêm, cậu anh trai đang ngủ chợt nghe thấy tiếng tanh tách, liền hỏi: "Mẹ ơi, tiếng gì thế?"

"Mẹ đang ăn hạt dẻ mà."

"Mẹ cho con mấy hạt được không?

"Không được, con ạ. Muộn rồi, ngủ đi."

Nằm trên giường, cậu bé quờ tay xung quanh tìm em gái mình nhưng không thấy. Nó chợt nhận ra rằng mẹ nó hoặc mụ phù thủy hay ai đó đã ăn thịt em gái nó và đang nhai xương rau ráu...

Tôi không còn nhớ được phần kết thúc ...

T M C

Trần Huy Quang dịch

POEMS
NHỮNG BÀI THƠ

I TOOK NOTHING

and broke it in half.
As if mocking me,
there was an
even greater
nothing and I
felt myself falling.

I took my falling
and broke it
in half. It did
not stop the falling.
I plunged deeper.

I took this depth
and gathered it,
the darkness
with all of its
stars, and
put it in the wings
of a bat.
I watched it
retreat into
the deepest
of caves
where it screams
and listens to
its voice
returning
from stone walls.

CẦM CÁI HƯ KHÔNG

và bẻ nó gẫy đôi.
Như thể muốn giễu tôi,
thậm chí cái hư
không còn lớn hơn
nữa và tôi
thấy mình rơi.

Tôi nắm lấy cuộc rơi
và bẻ nó
gẫy đôi. Nó không
dừng cuộc rơi.
Tôi lao sâu hơn nữa.

Tôi nắm lấy khoảng sâu
rồi tôi gom lại,
đêm tối
với tất cả những
ngôi sao, và
đặt nó lên đôi cánh
một con dơi.
Tôi dõi theo nó
bay vào trong
khoảng sâu nhất của
những cái hang
chính nơi nó la lên
rồi lắng nghe
tiếng vọng
dội lại
từ những tường đá.

Dang Than dịch

QUAN ÂM ON A DRAGON

Mother shows me a lacquered painting on a plaque
of Quan Âm, bodhisattva of compassion, riding a dragon.

It is misty around the bodhisattva and the dragon.
The picture looks so real, almost like a photo.

A sacred vase in one hand and a willow branch in the other
to bless devotees with the divine nectar of life.

Mother says that she and other boat refugees saw Quan Âm as
we were fleeing Vietnam after the war in a freight boat with
2,450 refugees.

When she looked up towards Heaven, in the clouds, she saw
the bodhisattva in her white, flowing robe riding a dragon.

Mother says that the goddess was there to guide and save us
from the strong waves of the South China Sea. I should know

better than to believe her though she swears it's true.
I ask again and she nods, says really, I saw Quan Âm in the clouds

as we were escaping. I should know better than to believe her.
But, a part of me wants to believe in a bodhisattva, in compassion

riding on a mythical creature, to believe that somehow something
more than just our mere human selves wanted us to live.

PHẬT BÀ QUAN ÂM CƯỠI RỒNG

Má đưa tôi xem một bức tranh sơn mài
vẽ Phật Bà Quan Âm Bồ Tát đang cưỡi rồng.

Xung quanh Phật Bà và con rồng là sương mù.
Bức tranh trông rất thật, cứ như một bức ảnh chụp.

Trên một tay là bình nước cam lồ và trên tay kia
là cành dương liễu Phật Bà ban phước lành cho đời.

Má nói bà và các thuyền nhân đã thấy Phật Quan Âm khi chúng tôi
rời bỏ Việt Nam sau chiến tranh trên con tàu hàng chở 2.450
người di tản.

Khi bà nhìn lên Trời, bà đã thấy giữa những đám mây
hình Phật Bà mặc đồ trắng phất phơ đang cưỡi rồng.

Má nói Phật Bà đã đến để dẫn đường và cứu chúng tôi
ra khỏi những cơn sóng dữ biển Đông. Đáng lẽ tôi phải hiểu

rõ hơn là chỉ biết tin thế dù bà thề rằng đó là sự thật.
Tôi hỏi lại và bà gật đầu, rằng thực sự bà đã thấy Phật Quan
Âm trên mây

khi chúng tôi vượt biên. Đáng lẽ tôi phải hiểu rõ hơn là chỉ biết
tin thế. Nhưng mà, một phần tôi cũng muốn tin rằng Quán
Thế Âm Bồ Tát

cưỡi một con vật thần thoại, muốn tin rằng cho dù thế nào thì
đã có một thế lực cao cả chứ không phải người trần muốn chúng
tôi được sống.

Dang Than dịch

COCKROACHES

A proposal by someone to my mom
after the Vietnam War: *Why don't
you sell your baby, you don't have
anything to eat?*

A response by my four-year-old brother:
*No, don't sell my sister! There are lots
of cockroaches for us to eat!*

When I returned to the country
eighteen years later, I saw them –
large, brown shiny tanks on the wall,

evidence of my brother's love for me.

NHỮNG CON GIÁN

Sau chiến tranh Việt Nam đã có người
đề nghị với má tôi rằng: *Sao không bán
đứa bé đi? Các người chẳng còn
cái gì mà ăn.*

Người anh trai mới bốn tuổi của tôi trả lời:
*Không! Không được bán em đi! Chúng ta
còn có rất nhiều gián để ăn!*

Khi tôi quay trở về nước mười tám năm
sau đó, tôi đã nhìn thấy rõ chúng –
những cỗ xe tăng lớn màu nâu sáng bóng
phi trên tường,

Những chứng tích tình yêu của anh trai tôi.

Dang Than dịch

WHEN I FIRST SAW DADDY

he was like an Egyptian cat;
skinny, foraging, and stern,
just released from a Vietcong prison.
He told us he hated the color red.
Sixteen years later,
he wears a red sweatshirt and smiles.
The pin tip opening in his heart enough
to let in a driblet of red.

KHI TÔI GẶP BA LẦN ĐẦU

Khi tôi gặp ba lần đầu,
ông trông như một con mèo Ai Cập;
gầy, dáo dác tìm đồ ăn, và khắc khổ,
vừa được thả khỏi trại tù Việt Cộng.
Ông nói với chúng tôi ông ghét màu đỏ.
Mười sáu năm sau,
ông mặc áo thun dài tay màu đỏ và cười tươi.
Cái khe hở nhỏ bằng đầu kim trong tim ông đủ
để một giọt màu đỏ lọt vào.

Lê Đình Nhất-Lang dịch

NOT WORTH A BULLET

A bullet is made of
copper or lead.
Gunpowder is
poured into the case.
The firing pin hits the
primer at the back of
the bullet which starts
the explosion. Altogether,
the bullet and the case are
typically about two inches in length
and weigh a few ounces.

My father said that
the Vietcongs
told him and the other
prisoners while in
"re-education" camp
that they were not worth a bullet.
They would work for the Vietcongs
and then die.

A bamboo tree is smooth, long
with roots that hold the earth
with the strong grip of green
knuckles and fingers.
They are used to build houses,
fences, etc.
A bamboo tree can weigh sixty pounds
or more and be twenty feet tall.

The prisoners were forced to
walk barefoot up the mountains
and carry bamboo back to the camp.

Due to the weight of the bamboo,
they were only able to carry one
at a time.

KHÔNG ĐÁNG MỘT VIÊN ĐẠN

Đầu đạn làm bằng
đồng hoặc chì.
Thuốc súng được
đổ vào vỏ đạn.
Kim hỏa đập
hạt nổ phía sau
viên đạn gây ra
vụ nổ. Tính chung,
đầu đạn và vỏ đạn
thường dài khoảng 2 inch
và nặng vài ounce.

Ba tôi nói rằng
bọn Việt Cộng
bảo ông và những
tù nhân khác trong
trại "cải tạo" là
họ không đáng một viên đạn.
Họ sẽ phải lao động cho bọn Việt Cộng
rồi chết đi.

Một cây tre thì nhẵn, dài
có rễ bấu lấy đất
bằng sức nắm mạnh mẽ
của những đốt và ngón màu lục.
Tre được dùng để dựng nhà,
hàng rào, vân vân.

Một cây tre có thể nặng 60 pound
hay hơn và cao 20 feet.

Những người tù bị bắt phải
đi chân không lên núi
vác tre về trại.

Vì sức nặng của cây tre,
họ chỉ có thể vác một cây
mỗi lần.

Lê Đình Nhất-Lang dịch

MOON FESTIVAL

In the middle of the moon cakes are egg yolks
surrounded by a red bean paste where centuries ago
notes were hidden by the Chinese to pass along
rebellion war plans to overthrow the Mongols.
My parents buy these cakes for us to
eat every year – it is a tradition.

Genghis Khan and his descendants ruled the vast
lands of China. The Mongolians did not eat moon cakes.
I taste the night sky under which the rebels gathered.
How they organized in the dark and the salted
moon crumbles on my tongue.

TẾT TRUNG THU

Giữa những chiếc bánh trung thu là tròng đỏ trứng xung quanh là bột đậu đỏ nơi nhiều thế kỷ trước những mẩu giấy được giấu kín bởi người Trung Hoa để truyền nhau kế hoạch nổi dậy lật đổ người Mông Cổ.
Ba mẹ tôi mua những chiếc bánh này cho chúng tôi ăn mỗi năm—đó là truyền thống.

Thành Cát Tư Hãn và hậu duệ cai trị những vùng đất rộng của Trung Hoa. Người Mông Cổ không ăn bánh trung thu. Tôi nếm mùi vị của trời đêm nơi những kẻ nổi loạn tụ tập. Làm sao họ lập thành đội ngũ trong tối và mặt trăng mặn vỡ vụn trên lưỡi tôi.

Lê Đình Nhất-Lang dịch

CAM ON

I wanted to learn so many
languages: Latin, Spanish,
German, Hebrew, Russian,
Chinese, Korean, and Japanese.
These languages moved me
with their music and passion.
I hated to hear Vietnamese.
It sounded ugly; I did not
even want to look at the words
in print.

All I could see were people running,
hiding in trenches.
All I could hear were anxious voices.
I did not see the words, I could
not hear the words.

Now, something is changing:

I *want* to learn to speak the language
of the country where I was born,
no longer spinning.

Xin chao – hello
Cam on – thank you

How the song of the gong
is summoning me back.

CẢM ƠN

Tôi muốn học rất nhiều ngôn ngữ,
La tinh, Tây ban nha
Đức, Do thái và Nga
Nhật bản, Hàn quốc, Trung hoa.
Những ngôn ngữ ấy đến với tôi
cùng với âm nhạc và niềm đam mê.
Tôi ghét nghe tiếng Việt
nó có vẻ xấu xí, tôi không thích
thậm chí tôi không muốn nhìn
vào những giòng chữ
trong bản in.

Tất cả những gì tôi nhìn thấy là những người
Lao vào ẩn nấp trong chiến hào
Tất cả những gì tôi nghe thấy là tiếng kêu sợ hãi.
Tôi không thấy từ
Tôi không nghe được lời.

Bây giờ một điều gì đó đang thay đổi
Tôi muốn học để nói được tiếng nói
của Đất Nước sinh ra tôi
mà không thể quay lại được nữa.

Xin chào – Hello
Cảm ơn – Thank you

Tiếng hát của Cồng Chiêng
đã gọi
          tôi trở về.

HQ dịch

IN PRAISE OF EMPTINESS

I am looking for what's not there:
that space we look through,
the curve of a bowl,
a window.
Blankness on paper:
the smooth white
between words,
between lines,
what is not said,
what is not done.
The hollow in a bird's bones.

When someone looks at my palms,
it's as if I'm holding nothing
but the world.

TRONG SỰ NGỢI CA CÁI KHÔNG

Tôi đang tìm những gì là không
những nơi ta đã đi qua
cái đường cong của miệng bát
của cái cửa sổ.
lúng túng trên tờ giấy
trắng mịn
giữa các từ
và những dòng kẻ
Những gì không phải là lời nói
Những gì không được thực hiện
Rỗng không bên trong con chim là bộ xương

Khi ai đó nhìn vào lòng bàn tay tôi
Thấy rỗng không
Thì lúc ấy chính là tôi có tất cả thế giới

HQ dịch

NAMES

I am tired of having five different names;
Having to change them when I enter

A new country or take on a new life. My
First name is my truest, I suppose, but I

Never use it and nobody calls me by this Vietnamese
Name though it is on my birth certificate –

Tue My Chuc. It makes the sound of a twang of a
String pulled. My parents tell me my name in Cantonese

is Chuc Mei Wai. Three soft bird chirps and they call
me Ah Wai. Shortly after I moved to the U.S., I became

Teresa My Chuc, then Teresa Mei Chuc. "Teresa" is the sound
Water makes when one is washing one's hands. After my first

Marriage, my name was Teresa Chuc Prokopiev.
After my second marriage, my name was Teresa Chuc Dowell.

Now I am back to Teresa Mei Chuc, but I want to go way back.
Reclaim that name once given and lost so quickly in its attempt

to become someone that would fit in. Who is Tue My Chuc?
I don't really know. I was never really her and her birthday

on March 16, I never celebrate because it's not my real birthday
though it is on my birth certificate. My birthday is on January 26,

really, but I have to pretend that it's on March 16
because my mother was late registering me after the war.

Or it's in December, the date changing every year according to
the lunar calendar – this is the one my parents celebrate

because it's my Chinese birthday. All these names
and birthdays make me dizzy. Sometimes I just don't feel like a

Teresa anymore; Tue (pronounced Twe) isn't so embarrassing.
A fruit learns to love its juice. Anyways, I'd like to be string…

resonating. Pulled back tensely like a bow

Then reverberate in the arrow's release straight for the heart.

NHỮNG CÁI TÊN

Thật mệt mỏi vì có năm cái tên;
Phải đổi tên mỗi khi nhập cảnh

Một nước mới hay bắt đầu một cuộc sống mới. Cái tên
Đầu Tiên, với tôi, là thực nhất, nhưng

Tôi không dùng, cũng không ai gọi tôi bằng cái Tên
Việt ấy, cho dù nó được ghi trong giấy khai sinh -

Tue My Chuc. Cái tên bập bùng giọng mũi
Tiếng sợi dây căng. Ba mẹ nói tên tôi trong tiếng Quảng Đông

là Chuc Mei Wai. Ba tiếng chim hót mềm, và Ah Wai
Là cái tên cha mẹ tôi thường gọi. Vừa đến Mỹ, tôi hóa thành

Teresa My Chuc, rồi Teresa Mei Chuc. "Teresa"
Là tiếng nước khi ai đó rửa tay. Sau đám cưới đầu

Tên tôi là Teresa Chuc Prokopiev. Sau đám cưới thứ hai
Tôi là Teresa Chuc Dowell. Bây giờ tôi trở lại

Là Teresa Mei Chuc, nhưng tôi muốn trở về. Đòi lại cái tên ngày nào
Tôi từng nhận rồi nhanh chóng mất vì cố trở thành một ai

phù hợp. Tue My Chuc là ai? Tôi không biết.
Tôi chưa bao giờ thực sự là cô, Sinh nhật cô, ngày 16 tháng Ba,

tôi chưa từng kỷ niệm. Đó không phải là ngày sinh thật của tôi
dù giấy khai sinh ghi vậy. Thật ra tôi sinh ngày 26 tháng Giêng,

nhưng tôi phải giả vờ rằng sinh ngày ấy, bởi vì sau chiến tranh
mẹ tôi làm giấy chậm. Hoặc vào tháng Mười hai, còn ngày

Thay đổi hàng năm vì theo âm lịch - ngày hôm ấy
Cha mẹ tôi kỷ niệm vì đó mới là ngày sinh Trung Quốc của tôi.

Những cái tên và những ngày sinh ấy làm cho tôi chóng mặt.
Đôi khi tôi không thấy mình là Teresa nữa;

Tue (phát âm TWE) thì không đến nỗi quá rầy rà.
Một trái cây học cách yêu dòng nhựa chính mình.

Dù sao, tôi muốn là sợi dây...cộng hưởng.
Như chiếc cung co mạnh

Rồi dội lại bằng mũi tên bắn thẳng vào tim.

Ngô Tự Lập dịch

ACCENTS

today, I decided to write
with brush and ink
my name in Vietnamese
Chúc Mỹ Tuệ
the one on my birth certificate
with all of its beautiful accents

lightning above the "u"
ocean wave above the "y"
mountain top above
and reflection of moon
below the "e"

today, I made four small
marks and took back
my native language.

TIẾNG CỦA MẸ

Tôi viết tên tôi
bằng tiếng Việt
Chúc Mỹ Tuệ
như trong giấy khai sinh
mà cha mẹ đặt cho tôi lúc chào đời

dấu sắc như một tia chóp xéo
dấu ngã bồng bềnh như sóng lượn chân trời
dấu mũ giống như một đỉnh núi chót vót
và dấu nặng là giọt trăng rơi

tôi chỉ thêm bốn cái dấu nhỏ thôi
như bốn viên ngọc lung linh
là tôi đã hoàn tất
cuộc trở về
với tiếng Việt của mẹ tôi.

Đinh Văn Thân dịch

Acknowledgments

"Year of the Hare" first appeared in *Memoir Journal* in Spring/Summer 2009, Issue Volume 2, Number 1. "Year of the Hare" was also published in the online journal, *Big Bridge* and archived in the LOCKSS Program based at Stanford University Libraries.

"Year of the Hare" ("Năm Của Thỏ"), translated into Vietnamese by Trần Huy Quang, was first published in Vietnamese in the online journals *Phongdiep.net* and *Văn Việt*.

The Rattle book interview with Teresa Mei Chuc was translated into Vietnamese by Trần Huy Quang and published in *Vannghe Tre Literary Arts Magazine.*

Thank you to the following journals, magazines, publishers and their editors. Poems that appear in this collection were first published by *Chippens Press, Silkworms Ink, Fithian Press, Many Voices Press, The Voices Project, Rattle, Whitefish Review, Da Mau Literary Magazine, Van nghe Vinh Literary Arts Magazine*, and *Van nghe Vung Tau Literary Arts Magazine.*

Deepest gratitude to the translators Trần Huy Quang, Lê Đình Nhất-Lang, Ngô Tự Lập, Dang Than, and Đinh Văn Thân who brought my poetry, short stories and interview across the river from the English language into the Vietnamese language.